Yesu wa Nazareti alikuwa nani?

Utoto na ujana wake

Yesu wa Nazareti alikuwa nani?

Utoto na ujana wake

Wafuasi
wa Yesu wa Nazareti

Gabriele Publishing
The Word

Yesu wa Nazareti alikuwa nani?
Utoto na ujana wake

First Edition in Swahili: October 2021
1ère édition en Swahili: Octobre 2021

Translated from the original German title:
Traduit de l'allemand, titre original:

Wer war Jesus von Nazareth?
Seine Kindheit und Jugendjahre

The German edition is the work of reference
for all questions regarding the meaning of the contents
Pour toute question se rapportant au sens,
l'édition allemande fait référence

Order No./ N° de comm.: S170swa • ISBN: 978-3-96446-226-8

Dibaji

Watu wa Dunia nzima wangependelea kufahamu maisha halisi ya Yesu Mnazareti. Wengi, hakika, waliovunjwa mioyo na makanisa wamechoshwa na kusikia watu wa makanisa, hasa wakati wa sherehe za kidini, wakirudilia hutuba zilezile, zisizotoa jibu kamili kwa maswali wanayojiswali maishani mwao.

Katika kitabu hiki, wafuasi wa Mnazareti wanahadithia historia halisi ya maisha ya Yesu wa Nazareti, inayojitenga kabisa na ufafanuzi wa tabaka la makasisi na ufafanuzi potovu wa wataalamu wa historia wanaoendelea kuandika, wanaotumikia kanisa au waliyoombwa na kanisa waandike vitabu kuhusu mada hiyo.

Watu wengi wanamtafuta Yesu wa Nazareti wa kweli, Kristo wa Mungu na hawampati makanisani. Wengi wao wamechoshwa na watu wa makanisa ambao wameshindwa kutolea majibu nafsi zao zinazotafuta majibu inayoweza kuwa faida halisi kwa maisha yao.

Je, nanyi ni mojawapo ya wale wanaosikiliza shingo upande yale yanayorudiliwa kila mwaka na watu wa makanisa kuhusu Yesu Mnazareti wakati wa sikukuu za makanisa?

Miaka yote ibada, sherehe, misa za sharti, liturgia hizo hizo zisizo na maana hufanyika, mahubiri hiyo hiyo yasiyojenga na iliyo tamu kama asali, hutamkwa madhabauni na mapadri, maaskofu, makardinali na papa. Mara nyingi wanafikia hata kuhubiri waumini wasio na ufahamu, kinyume cha mambo yaliandikwa katika utaratibu wao wa kidini unaojidai kuwa bila kosa. Na hivyo, kufuatana na utaratibu wao, wanaongoza moja kwa moja waumini wao, kama kondoo, kwenye kile kinachoitwa na kanisa «hukumu wa milele». Wakifikiria kwamba wapumbavu watauona moto huo.

Miaka yote mambo yaleyale hurudiliwa, watu wa makanisa hawatoi majibu kamili kwa maswali juu ya maana ya ndani ya maisha, na sababu ya matukio ya kila siku.

Wanajaribu kuwaaminisha watu wanaomtafuta Mungu kuwepo kwa siri za Mungu. Lakini ni hapo ndipo hekima ya kieklezia inakomea tokea padri mdogo hadi Papa, kwao imani pekee inatosha ijapokuwa Yesu Mnazareti alifundisha mambo tofauti na yale.

Tuwe wakweli! Wengi miongoni mwetu hawakubali tena kuona kila mwaka Aliyefufuka, Kristo wa Mungu akidharauliwa na kushuhudiwa uwongo na viongozi wa kielkezia. Ni vema tukosoe tendo la kumuonyesha Yesu wa Nazareti kwa waumini ambao akili na dhamiri yao vimepotoshwa na uvumba wa Kanisa kama aliyeshindwa na tabaka la mapadri, kama mateka mfu aliyesulubiwa, kwa kuangikwa msalabani. Yeye, Kristo, ambaye kama jinsi tulivyosema tayari, ni Kristo wa Mungu Aliyefufuka, Mtawala pamoja na Baba wa Mbingu.

Kila mmoja angepashwa kuishi kufuatana na imani na dini aliyoichagua. Hata hivyo, wakati ambapo wote Yesu, Kristo, kielelezo cha makanisa yanayojidai ya kikristo, anaposhuhudiwa uwongo na kubaguliwa mara na mara kwa hali mbaya zaidi na viongozi wa kiewklezia, maisha na mafundisho yake vikigeuzwa kwa kinyume chao, wafuasi halisi wa Yesu hawakai kimya bali wanakemea udanganyifu huo.

Watu wengi wanategemea kufahamu ukweli kuhusu maisha Yake katika Yesu, Kristo. Katika bara zote, na karibuni katika nchi zote za Dunia hii, watu wengi wanafahamu tayari kwamba Mungu wa milele, Mungu wa Abraham, wa Isaaka na Yakobo, Mungu wa manabii wote wa kweli, ameinua tena Mtu mwengine kwa kazi ya unabii kumepita sasa zaidi ya miaka 45. Mtu huyo ni Gabriele, ambaye Mungu wa milele anamwita mjumbe na nabii wake, na kupitia yeye, Roho wa Kristo wa Mungu alitolea walimwengu maelfu ya ufunuo wa Mungu na mafundisho ya kiroho.

Kwa kweli Gabriele ni nabii wa mwisho wa kizazi kikubwa cha manabii. Nabii mwalimu mukubwa ambaye Mungu, wa milele, amemtuma miongoni mwa watu kabla mabadiliiko ya nyakati haijabadili mambo mengi, na kabla ya Yesu Kristo wa Mungu kujitokeza kiroho.

Wafuasi wa Yesu wa Nazareti

Kupitia nabii wake Gabriele, Hekima kubwa ya Mungu, ilifunulia watu ahadi ambayo, Yesu wa Nazareti aliyowatolea kumepita miaka elfu mbili alipowaahidi kuwatumia mfariji na kuwaongoza katika ukweli wote.

Mfariji, ni Yesu Kristo wa Mungu ambaye kupitia unabii uliotolewa na chombo chake kwa wakati wa sasa, yaani kupitiya nabii wa Mungu, alifunulia wanadamu ukweli toka mbingu, kwa Nyanja zote za maisha, kwa kiasi ambacho watu wanaweza kuelewa.

Kitabuni humo mmeandikwa sehemu mbali mbali za ufunuo wa Kristo wa Mungu uliotolewa kupitia Gabriele, nabii wake, ambamo Peke yake Anatoa maelezoa kuhusu maisha yake duniani kama Yesu wa Nazareti.

Yesu wa Nazareti alikuwa nani?
Katika ufunuo mkubwa wa Kristo unaoitwa «Hili ni neno langu, Alfa na Omega, ufunuo

wa Kristo ambao wakristo halisi wote wa dunia nzima wanaufahamu»,

Yesu anafunua yafuatayo, hapa ninanukuu:

«Mfariji, ni Roho wa Kristo, ambaye ni mimi, uzima ndani ya Mungu, Babangu. Roho wa Kristo katika Mungu yupo mahali pote katika sifa nne za Mungu, nguvu za uumbaji na za utendaji zilizo katika kila nafsi kama vile nguvu na uzima.

Mfariji, Roho wangu, ni Nuru ya ukombozi ambamo faraja na ukombozi vinatendea kazi.

Ukombozi ni jukumu nililopewa na Baba, na inalenga kurudisha nafsi zote na watu wote katika nchi yao ya kweli.»

Kristo anafunua tena haya:

«Roho wa ukweli ni Kristo wa Mungu ambaye nilizungumzia kama Mwana wa mtu. Katika miaka elfu mbili iliyopita, nimetimiza yale niliyoyasema. Roho wa ukweli alijifunua kwa vizazi vyote kiasi kwamba nuru na nguvu ya kazi yake vinazidi kuongezeka katika dunia hii kwa sababu watu wengi wamesikia au kusoma Sheria ya uzima, ukweli wa milele, na wameanza tayari kukuza Uzima huo ndani mwao.

Ila ni katika muda huu wa mabadiliko ya nyakati ndipo nuru na ukweli wa milele yaani Mimi, Kristo, nuru ninajipenyeza kwa hali tofauti na kuaangazia dunia yote. Sheria ya ukweli inatiririka Kama mto ulio na nguvu nyingi, kupitia unabii, kwani nilituma hekima ya Mungu kusudi ukweli udhiririke na kuwafundisha watu walio tekwa nyara na dunia na wanaoishi ndani ya dhambi.

Ukweli unafunua vile vile yale yaliyo leo na yale yatakayotukia kesho. Unanywesha na kukata kiu cha nafsi nyingi, na waume na wake wengi. Unawatia nguvu kupitia upendo, nguvu na hekima. Yule aliyeacha uovu wake, atanitambua, Mimi, Kristo, kwani dhambi hupofusha jicho la kiroho. Yule aliyejifunza kuchunguza kwa kina, humtambua Kristo ndani mwake na vile vile ndani ya wale wanonifuata kwa kweli (...)

Nilitoka kwa walimwengu kama Mwana wa mtu. Nilirudi kwao tena kama Kristo wa Mungu, Mkombozi, Roho wa ukweli.»

Katika ufunuo mwingine, kupitia Gabriele, nabii na mjumbe wa Mungu, Roho mkuu wa Kristo wa Mungu, ambaye hapo zamani ni Yesu wa Nazareti, mwana wa Mariamu na Yusufu, anaeleza pia sehemu moja ya utoto wake duniani. Kristo wa Mungu alifunua hivyo mwenyewe jinsi alivyoishi duniani. Tunanukuu hapa mojawapo ya vifungu vya ufunuo huo vinavyomrudishia pia heshima Yesu, Kristo.

«Maisha yangu Mimi, kijana mdogo bado, Yesu, ilikumbwa na umaskini. Hayo pia ni ujumbe kwa wanadamu kwani Bwana alisema: "Kwa upekee ninawashughulikia watu maskini na wahitaji ila watu wa daraja ya juu na matajiri ni chukizo kwangu." Katika utukufu wake, Mungu ni mwenye kiasi. Hayo ndio Mungu alionyesha katika maisha ya kidunia ya Yesu Kristo. Yeye, Mungu ndani mwangu, ndani ya kijana mdogo maskini aliyekumbwa kila mara na hitaji na ukosefu wa dunia hii.

Wakati nilipokuwa mtoto nilitamani kuishi pamoja na watoto wengine, lakini kuona kwamba mimi na Mariamu hatukupendwa na watu wa Nazareti, hawa walitutupilia mbali. Kwa hiyo marafiki wenzangu wa michezo hawakuwa watoto wa Nazareti ila ni wanyama. Nilikuwa nikipisha saa nyingi katika mazingira ya nje ya mji nikizungumza na rafiki wangu mdudu au mnyama mwengine wote ule.

Moyoni mwangu, nilikuwa nasikia majibu ya wanyama. Ndio maana kati yao nilijihisi vizuri, nilipokewa vizuri sana na kulindwa vema. Kupitia Mariamu, mamangu wa dunia na kupitia majibu ya jamii ya wanyama, Roho wa Mungu aliniongoza kwenye dhamiri ya kimungu.

Niliwasiliana na wanyama waliofungwa na wanyama huru wa mashambani na wa bustani na kando ya nyumba ndogo karibu ya Nazareti.»

Mvulana mdogo Yesu alikuwa anaswali mamaye Mariamu maswali mengi. Kuhusu maswali yake, Yesu Kristo anafunua haya:

«Mariamu hakuwa na uwezo wa kujibu maswali yangu yote, ila alikuwa akinijibu: mwanangu, watu wengi wanaishi katika utumwa wa kutokuamini kwao. Yule asiye huru moyoni mwake hana kamwe usikivu mwingi kwa wanyama. Bwana akaaye moyoni mwako ana uwezo wa kukutolea

maelekezo mazuri kuhusu jambo lile kuliko mimi mtumishi wake.

Bwana aliye ndani mwangu alianza kujidhihirisha wakati Mariamu aliniomba mara nyingi niwe makini kwa jambo hilo. "Mama, kwa nini Musa alisikia Mungu na kwa nini nawe unamsikia?" "Ninafahamu kwamba unasimulia na Mungu, Baba yetu wakati unapokaa kimya kwenye kiti mbele ya nyumba yetu." (...) Maria akamjibu: "Mwanangu, ni wakati muafaka kwako wa kushughulikia zaidi ukweli, kwa sababu Mungu Baba yetu anasimulia nawe tangu muda mrefu. Hisi za wanyama unazotambua ndani mwako ni pia sauti ya Bwana, kwa sababu hakuna kitu kinachoishi nje yake."

Mariamu ndiye aliyenisaidia kusikia sauti ya kiroho na wakati nilipoisikia ikanijaza furaha kubwa. Ndiyo yanayo fafanuliwa na maneno haya: "Sauti yangu ni nyororo na tamu sana kuliko asali."

Ni kwa jina la Bwana Mungu na mapenzi yake ndiyo mvulana Yesu alikuzwa. Maadibisho yangu yalikuwa rahisi. Yusufu, mtu wa kiroho sana wa nchi ya milele na Mariamu, walizaliwa upya duniani ndani ya miili ya watu maskini. Wakaishi kati ya watu maskini (...) Masemi yao na hali yao ya nje yalikuwa ya kawaida. Mimi, Yesu, Kristo, nilikuwa nikitumia masemi ya kawaida kama wazazi wangu wa dunia na hata pia watu maskini wote. Nafsi yangu peke yake ilitiwa nguvu na pumzi ya Mungu huku ikifunzwa upendo na rehema.

Nilikuwa nawaelezea wazazi wangu uzoefu wa utoto wangu na wao hawakuuelewa kwa sababu hawakuwa na uwezo wa kufafanua na kuelewa uzoefu wa ajabu ambao nilikuwa nikifanya.»

Yesu aliyefufuka, Kristo wa Mungu anafunua tena yafuatayo kuhusu ujana wake:

«Wakati nilifikia umri wakuinukia, na nafsi yangu ilipotoka utotoni hadi ujana, Mungu akajifunua kupitia maono mengine (...) Kwa namna hiyo, nafsi yangu ikafunzwa upendo na rehema. Tayari ndani mwangu, mimi bado mtoto, mlikuwemo nguvu za kiroho ila kila mara nilikuwa nikizitumia vibaya. Mimi Yesu pia nilifunzwa kupitia makosa hayo. Sheria inasema: watu wote na nafsi zote zitaongozwa kupitia makosa na mapungufu yao hadi muda watakapoyatambua na kujirekebisha wao wenyewe.

Yesu alipitia mambo mengi. Aliishi na kujifunza kama mtu yeyote. Ndio maana tangu utoto wangu, nilitambua mapema mapungufu yangu ya kiutu na nikajifunza kuyashinda kwa sababu nilikuwa mfano kwa walimwengu. Nafsi yangu iliadibishwa na kufunzwa na roho wa Baba (...) Maisha yangu ya kimwili yaliendelea kwa urahisi, ila maisha yangu ya kiroho ilikabiliwa na shida.

Usiku na mchana nilipata maono ambamo kila mara nilikabiliana na shida za kiutu (...)

Maono ambayo sikuwa na uwezo wa kufafanua, kwa wakati ule, nilimuachia Baba, nikimuomba Bwana: "Wakati nafsi yangu itakapokomaa utanifunulia upya maono hayo." Maono yote niliyopata yaligeuka kuwa wazi katika miaka yangu ya mafunzo (...)

Yule anayetaka kushinda hali yake mbovu hana budi kutangaza vita dhidi ya mshawishi. Kwani bila kupiga vita mushindani wa Mungu, huwezi kushinda hali mbovu na ya hila ya ulimwengu wa pande tatu inayotawala hisi za wanadamu (...)

Kama mtu mzima, Yesu alipitia wakati wa misukosuko ambao ulikua ukimtenga kila mara na kwa siku nyingi na nyumba ya Mariamu na Yusufu. Wakati mmoja Yusufu alikasirika, pia Mariamu ambaye alihuzunishwa na jambo hilo, hakuweza kuonyesha usikivu. Yesu aligeuka mnyamavu huku akifuata njia zake mwenyewe.

Baada ya kutokuwepo kazini muda wa siku nyingi, kwa kasi nilikuwa nakomboa muda nilioupoteza. Mungu, Babangu, alikuwa ananipa nguvu iliyohitajika kwa kutenda kwa muda mfupi kazi yangu ya useremala niliyopuuza wakati sikuwepo.

Wateja wa Yusufu walikuwa wanatambua nguvu za Yesu na kumthamini. Kila mara Yusufu alikuwa akipata ombi toka wateja wakati kulikuwepo na uhakika kwamba Yesu atashiriki kwenye kazi hiyo. Nilishiriki kazini ili kumfurahisha Babangu mkongwe Yusufu kwa sababu hali yangu ya unyamavu na kujizuiza na kutofika kazini mara kwa mara ilimpa Yusufu hisia mbaya.

Kila mara nilitenda kazi kwa moyo mkunjufu, kwa sababu nilijifunza kuwatambua wanaadamu. Walikuwa wanajihusisha zaidi na vitu vya manufaa ya nje, bila kujali sana wokovu wa nafsi zao. Watu wa Nazareti hawakunipenda mioyoni mwao. Waliniheshimu tu kama sermala kwani nilikuwa natenda kazi vizuri na kwa haraka. Ni wale wale tena ambao waliokuwa wakitoa ushuhuda mbaya dhidi ya Yesu, siku ya sabato, kwa sababu sikuwa naenda kanisani au hekaluni.

Wakati nilikuwa bado mtoto, kila mara Mariamu alikuwa akinishika mkononi na kwenda nami hekaluni. Katika umri wa karibu miaka kumi na miwili, niliwatembelea watu wa hekalu, lakini mtu huru,
Yesu, hakuwa anaafikiana na picha ya udanganyifu na ya unafiki ambayo watu walijifanyia kuhusu Mungu na ambayo ilijidhihirisha kupitia ibada.

Nilikuwa nikimsikia Babangu moyoni mwangu na nilifahamu kwamba yeye si

Mungu wa vitu vya nje ila ni wa ufalme wa kiroho na wa milele. Wakati nilikuwa na miaka kumi na miwili nilizungumzia hayo hekaluni na yakanisababishia kashifa na matusi toka wataalamu wa sheria (...)

Imeandikwa: mtu wa elimu huelewa mara haba watu wa kiroho. Lakini Mungu ni roho. Asiye mhisi Mungu moyoni, hubaki katika elimu na hutenda kufuatana na elimu (...)

Mambo mengi yaliandikwa tayari kuhusu kijana mdogo Yesu, lakini mengi hayakuwekwa bayana. Alihisi uchungu mkubwa mno kama wa mtu aliyefunuliwa vyote na nafsi yake, ila asiye na maneno iliyohitajika kwa kunena yale anayohisi. Nilitumia mifano kwa kutafsiri hisi zote za nafsi yangu (...)

Wakati nilikuwa mtoto, na baadaye kijana, nilisumbuliwa na vinyongo. Hisia zangu zilitokana na ufahamu wa Mungu na kwa ajili ya hiyo niliwapita watu wengine, ila niliandika tu machache sana. Nilikabiliana na vinyongo vya kibinadamu. Kila mara nilidharauliwa na wafarisayo na wataalamu wa sheria (...)

Mengi yaliandikwa kuhusu maisha yangu kama Yesu. Kristo hatiki kueleza maisha yake kwa maneno mengi isivyohitajika. Maelezo ninayotoa hapa ni mafundisho kwa wanaadamu.

Moyo wangu una huzuni na mzigo wa msalaba unalemea mabega yangu ya kiroho na unalemea pia nafsi na watu wasioamini (...)

Miaka yangu ya mafundisho ilianza baada ya maisha ya kukabiliana mchana na usiku na nguvu za giza. Nguvu za giza zilitaka kupinga kazi ya Mwana wa Mungu. Kwa nguvu zao zote zilipambana nami mchana na usiku kwa lengo la kuzuia utimilifu wa ukombozi.

Miaka yangu ya shida zaidi duniani na isiyofahamika vizuri na watu ilikuwa ile ya kati ya miaka kumi na miwili na miaka nilipoanza kufundisha. Ilinisababishia mateso makubwa, inayozidi ile ya njia ya msalaba. Mungu, Babangu, aliruhusu nguvu za giza zimjaribu Mwanaye, na ikawa hivyo kwa kweli. Zikanidhulumu mchana na usiku mara na mara na kuniachia tu saa moja ao mbili za usingizi. Mapema asubui mwili wangu ulikuwa ukilala kitandani, ukishikwa na homa kali (...) Lakini nguvu za Mungu zilinisaidia kwa kutiririka ndani ya nafsi na mwili wangu (...)

Bwana wa Uzima akaniongoza kwa wale ambao waligeuka baadaye wafuasi wangu. Watu hao hawakunifuata bila mahitaji na hoja. Nilitumikia wamoja kati yao kama vile seremala nikijenga nyumba na gala zao na kusaidia pale ambapo nilikuwa na uwezo, nikiponya na kutuliza magonjwa katika familia zao, nilipata pesa na baadaye kuziachia familia. Sikumuomba mtume hata mmoja anifuate kabla ya kukidhi mahitaji ya familia yake. Kila mmoja wao alimfuata Mnazareti kwa hiyari yake, kwani walitambua, kupitia uhisani wangu na maneno yangu kwamba nilikuwa mtu mkamilifu, mtu wa umma na mwenyi imani kubwa, hayo yaliniwezesha kufanya mambo mengi kufuatana na mapenzi ya Babangu (...)

Tena ahadi rasmi ilitolewa kwa familia kwamba maisha yao yataimarishwa ijapokuwa wakuu wa familia wako mbali. Vitu vyote tulivyovihitaji kwa maisha yetu na ya jamaa zetu, tulivipata kwa kutenda kazi. Tulikubali kazi zote tulizozipewa. Bwana anayeongoza maisha yetu, alikua akipanga vitu, kiasi kwamba tulikuwa tukikutana siku zote na watu wa kuaminika na kupitia wale, wafuasi walikuwa wakipasha habari zao kwa jamaa na kutuma pesa za kugaramia maisha yao.

Hivyo ndivyo Bwana, kwa hali ya kawaida, alikuwa akihudumia wafuasi wangu na jamaa zao na hata Mimi mwenyewe. Kwa kufanya hivyo, Bwana alionyesha kwamba agizo lake ambalo ni: Omba na fanya kazi lilimuhusu vile vile Mwanaye, kwani unapashwa kupata mkate wako kwa jasho la uso wako! (...)

Yale niliyofanya kama Yesu miongoni mwa walio wangu hayakuwa miujiza, ilikuwa tendo la nguvu ya Roho anayeishi katika kila mwanaadamu. Kwa hiyo Yesu alikuwa mfano wa kuigwa kwa wanadamu wote. Nguvu hiyo iliyokuwa ndani mwangu, Mimi Yesu, hupatikana ndani ya kila nafsi. Hayo yanahakikishwa na maneno ifuatayo: "Munaweza tena kutenda mengi kupita yale niliyoyafanya." (...)

Hakuna kitu kisichowezekana kwa wanadamu, endapo wangelishika sheria ya Baba, kwani sheria ya Mungu ni urithi wa nafsi (...) Niliwafundisha yote mnayohitaji kwa kuishi maisha takatifu.

Nilisema karibu haya kuhusu nyakati za usoni: "Wakati utakuja ambapo nitawaambia mambo mengi tena, kwa maana leo, hamuwezi bado kuyaelewa."

Ndio sababu ninawaomba, kama vile Yesu, na leo pia Kristo anawaomba: msishikamane na viongozi wa vipofu, walio nao pia vipofu. Wakati kipofu anaongoza kipofu mwengine, wote wawili huanguka shimoni. Shimo: ni mfano wa ulimwengu huu ambamo wale wanaoongoza vipofu wanaendelea kufunga kwao kondoo wajinga wakiwafundisha yale waliyofundisha tayari wakati walipozaliwa. Wanahubiri wana wangu wajinga neno la Mungu, ambalo halitoki moyoni mwao ila linalotokana na maelezo potovu ambayo waliyopokea wao wenyewe na yanayotegemea dhana zinazotokana na kanuni za kanisa (...)»

Yesu,Kristo, Anafunua tena:

«Yesu wa nazareti alikuwa nani? Alikuwa Mtu aliyeangaziwa kiroho aliyekuwa katika

umoja na Babaye huko Mbinguni. Kwa nguvu ya Sheria, nililetea nafsi zote wokovu.

Yale niliyotimiza kwa mataifa, kama Yesu wa Nazareti, yalikuwa miujiza inayopendwa na dunia. Nafsi ambazo hadi hapo zilikuwa zimekwisha rudi kuishi duniani mara pili au mara tatu hazikuwa na nia ya kungoja tendo la wokovu, zilikuwa na uwezo wa kurudi muda wote ule katika ufalme wa nuru. Ndani mwao, nafsi zile zilikuwa bado na nguvu za kupaa. Nikaletea mara tena nafsi zingine zote nguvu za kiroho na kuzichochea ndani mwao kwa sababu yote imo ndani ya yote, hata pia ndani ya nafsi ya mtu (...)

Wanagu, jueni kwamba Ufalme wa Mbingu unastawi tu ndani ya roho ya wanaofanya mapenzi yangu. Maneno yangu itatimilika katika milki zote za nafsi. Kwa kweli nawaambieni, Yule asiyeongoka na asiyegeuka na kuwa kama mtoto mdogo anayejaa tumaini na aliye mwema, hataingia katika ufalme wa mbingu.

Maana ya maneno haya ni hii: yule anayetegemea ujuzi wake wa kiakili, na ambaye, katika maisha yake hutegemea tu utajiri na sifa za nje, siku moja atakabiliana na shida nyingi sababu ya ubinafsi wake. Jikabidhini mikononi mwa Mungu, kama vile wanae, na ziheshimu amri zake, na kupitia Mimi, Mungu atawafunulia mengi. Ni kwa namna hiyo ndiyo mwanadamu anaingia kiroho nafsini mwake ambamo mtoto Yesu aliye ndani ya Baba anasinzia. Mwanaadamu angepashwa kumuamsha Yesu moyoni mwake, ili roho yake ipate kujiendelesha na kupata usafi sana kwa msaada wa kristo aliye ndani mwake.

Mwana wa mtu alikuja kuamsha na kutia nguvu kila nafsi. Ole kwa wale wanaotesa kwa maneno na kwa matendo watumishi wa kweli. Ingekuwa heri wasingalizaliwa.Kwani nyakati zisizoweza kukumbukwa zitapita kabla ya nafsi hizo kuzaliwa upya tena kiroho. Ndio sababu, sameheni kila yeyote na angalisho kwa kile kinachotoka kinywani mwenu, kusudi Wokovu wangu upate kutimilika ndani mwenu (...)

"Mchungaji mwema huacha kondoo thisini na tisa kwa ajili ya kwenda kumtafuta kondoo mmoja aliyepotea na kumleta nyumbani." Sentensi hii, inamaanisha kwamba hakuna nafsi iliyopotea. Inamaanisha tena kwamba Mungu ni mwenye rehema na mwenye huruma, kwani alitia pumzi ya uhai ndani ya kila kiumbe. Ndiyo maana hataharibu nafsi hata moja.

Msiseme kamwe kama kuna hukumu wa milele na hadhabu ya Mungu. Bwana Mungu, hawahukumu milele na hawahadhibu kamwe. Mtu mwenyewe ana fimbo yake mkononi kwani kile apandacho ndicho atakachokivuna.

Mfano wa mchungaji mwema, hutuangazia kuhusu umoja wa viumbe vyote na upendo wa Baba. Kupitia Kristo, anaenda kutafuta kila nafsi hata kama hayo yanaweza kudumu nyakati zisizoweza kuhesabika. Mungu ni Roho wa milele, asiye na mwisho, na anayeishi katika kila nafsi. Sio yeye atakayekuhukumu milele wala kukuharibu, kwani anaishi ndani mwako (...)

Hadi leo, walimwengu bado hawajaelewa Mwokozi wao. Ndiyo maana, watu na nafsi nyingi zinapashwa kustahimili yale niliyoyavumilia kama Yesu. Kwa hiyo, nilitolea ulimwengu picha ya mambo kwa nyakati zijazo. Njia ya msalaba ni njia ambayo ulimwengu unafuata, kwa sababu walimwengu hawafuati msalaba wa ukombozi lakini ulimwengu unazama zaidi ndani ya zambi. Kwa namna hiyo, siku moja ulimwengu utajihangika msalabani wenyewe. Kila nafsi ina wokovu ndani mwake, ndiyo sababu hakuna nafsi hata moja iliyopotea. Ila kila mtu atafuata njia yake ya msalaba na kujihangika msalabani mwenyewe (...)

Ô nyinyi watu vipofu, ni lini roho zenu zitaingia ndani ya Yerusalema ya mbinguni?

Mwana wa mtu aliwaletea uhuru. Ijapokuwa mnaendelea kushikamana na wale ambao mimi Yesu nimekwisha kukemea upotovu wao (...) Anayejidhani kuwa na mamlaka juu ya watu wangu ni mnafiki. Hamngepashwa kumsikiliza. Sikilizeni tu Kristo, anayeishi ndani mwenu. Kila mmoja anaweza kunisikia, mara tu akitekeleza mapenzi ya Babangu. "Yule anayejikweza, atashushwa, na Yule anayejishusha atapandishwa." Kwani ni haya yaliyo andikwa katika vitabu vyenu: Msiite mtu awaye yote Rabi - maana yake padri - kwa sababu mmoja ndiye Bwana wenu, naye ni Yesu Kristo. Nanyi wote ni ndugu.

Viongozi wenu wa makanisa wa leo hufurahia heshima wapewazo na watu, matendo wanayotenda duniani hayaambatani kamwe na sheria ya Mungu! Katika ufalme wa Babangu, watakuwa maskini sana kuliko maskini wote, kwa sababu tayari dunia imewalipa mshahara wao (...)»

Yesu Kristo mwenyewe alifunua yafuatayo kuhusu Karamu ya mwisho:

«Vile vile Karamu ya mwisho nilioifanya na mitume wangu ilikuwa mfano kwa walimwengu. Maneno yangu ilikuwa: "Twaeni, na kuleni", huu ni mwili wangu. Maana yake ni: kupitia ufufuko wangu wa kiroho, Mimi ni nuru ndani mwenu, nuru inayotakasa roho zenu. Mkiamini ufufuko wangu na kutimiza Amri za Babaangu, kupitia mimi mtazaliwa mara ya pili, kwani nilikuja kutakasa nafsi zenu kupitia uamsho wa Roho.

Tena maana ya sentensi: "Hii ni damu yangu iliyomwagika kwa ajili ya ondoleo la dhambi" ni hii: damu ni roho ya nafsi, ambayo inapashwa kuamshwa mara tena kusudi sifa za kimungu, zifuate mvuto wa Mungu. Ila, nafsi ya mtu anayekataa damu Yangu, yaani Roho wa ukweli, hubaki chafu hadi wakati atakaponiamini, Mimi nuru ya dunia, na kujitakasa kwa msaada wa nuru iliyo chukua nafasi ndani ya kila nafsi wakati wa Wokovu (...)

Nilisema tena maneno kama na haya:

Ole wao wanaokataa damu yangu na wasiotenda kufuatana na Roho wa Mungu. Kwa kutokuamini, wanakataa damu yangu maana yake Roho wa Mungu anayetiririka. Hivyo, wanabuni sababu mpya ambazo madhara yao yatawaangamiza. Nimekuja kufuta damu ya ulimwengu kupitia Roho wa ukweli na kuukomboa toka uovu na dhambi. Ikiwa,badala ya kukubali Mkombozi wake, ulimwengu unamzarau, utakauka damu yake. Sababu ya kuangamia kwa ulimwengu ni kutokuamini kunakosababisha kuzidika kwa makufuru, ambayo madhara yake ni makubwa mno na ya kikatili (...)

Wanangu, siku zote mungepashwa kula chakula chenu pamoja nami. Shukuruni kwa yote inayotoka mikononi mwa Baba, kwani yeye, Mungu aliye mkuu, ana nia nzuri tu kwa wanae.

Yote mnayopokea kwa ajili ya maisha yenu bora ni tendo la neema ya Mungu inayowatia nguvu na kuwasaidia kiroho kama vile kimwili. Mshukuruni asubui, mchana na jioni. Ombeni baraka kwa wakati wote, na kila mlo utakuwa mlo ulio barikiwa kwani Roho wangu yu pamoja nanyi katika dhamiri.»

Ndani ya ufunuo Wake, Yesu, Kristo, anatoa tena maelezo kuhusu yale yaliyotendeka, kumepita sasa zaidi ya miaka elfu mbili (2000):

«*Nikijaa machozi na nikiomba sana, nilipiga magoti katika bustani ya Getsemani, nikipigania kupata nguvu muhimu kwa mwili. O! wanangu*» – ndivyo asemavyo Kristo wa Mungu – *Ikiwa mungeweza tu kuhisi nguvu ya utashi wa nafsi inayotamani tu kutimiza mapenzi ya Bwana. Kwani haikuwa tu Yesu, mwanadamu, anayesema: "Bwana, mapenzi yako peke yake yatimilike", ila pia nafsi inayojaa nguvu na roho inayojaza na kupenya kila kitu. Kilio hicho cha nafsi kililetea Yesu nguvu mpya iliyomuwezesha kumudu mateso iliyokuwa ikimngoja (...)*

Baada ya kilio cha nafsi yangu, nikahisi moyoni ukubwa wote wa Kristo wa Mungu ndani mwangu, mwana aliye tayari kumtumikia Babaye milele na milele. Muda ambapo nafsi yangu ilipopiga kelele kubwa ya kumkubalia Babangu, nikahisi Umungu wote halisi na kamili ndani mwangu. Ni uhusiano huo kamili ndio ningependelea kuonyesha katika Kristo wa Mungu na unamaanisha umoja na Mungu na uwepo wake popote.

Baada ya kilio hicho kilichotolewa na nafsi yangu, nafsi ikafunguka na nikaona mambo mengi sana kuliko yale niliyaona wakati wa maisha yangu duniani. Nikaona mbingu iliyofunguka na kutambua ukamilifu wa Mungu ambamo Yesu aliingia. Nikaona hali yangu ya kiroho ndani ya kila kiumbe, kabla ya yote, ndani ya nafsi zote, zilizojivika upya mwili au la. Nikatambua wazi na kwa ukamilifu muundo huo mkubwa unaochanga vyote ndani mwake.

Muda ule ule, Mwana wa Mungu alikuwa Kristo wa Mungu, inayomaanisha kwamba Mungu ndani ya Kristo ni mkombozi na mwokozi wa mtu wote aliyepotoka.»

Kupitia nabii Wake, Kristo ametufunulia tena ifuatayo:

«Endapo kivutio chenu kikubwa ni fahari ya makanisa na majengo yaliojengwa na mikono ya watu ambamo mnaabudia sanamu au miungu zenu, hamtaingia katika ufalme wa mbingu. Ni mara tu mtu na nafsi yake watakapojihangika msalabani wenyewe kwa kuyatia mapungufu yao ya kiutu chini ya msalaba na kugeukia mwana wa Mungu, ndipo nafsi itakuwa na uwezo wa kuhisi nguvu ya msalaba uliosimama. Hutaingia kamwe katika ufalme wa Babangu na kiburi

chako, na akili yako wala vyeo ulivyovipewa duniani, wala tena taji fulani la kidunia.

O! tambueni, hivyo ndivyo katika mazingira ya utakaso, watu wengi kati ya wale waliopewa heshima kubwa duniani, watakavyotaabishwa na kutendewa maovu kama na yale ya waathirika wao ambao hawakuwasamehe.

O! tambueni kwamba vita vilitangulia ushindi dhidi ya giza. Sasa kila nafsi peke yake inaweza kupambana pamoja nami kwa ajili ya ushindi wa uzima wa kiroho (...)

Niliwatangulia kusudi muweze kunifuata kwa msaada wa nguvu ya Kristo wa Mungu aliye ndani mwenu. Kwa hiyo shikeni Amri kubwa! Kwa maana, yale mnayotendea yule aliye mdogo kati ndugu zangu, mnanitendea Mimi. Ukweli huu una chanzo chake ndani mwenu nyinyi wenyewe, na hayo yanawasaidia kufufuka kiroho na kurejea katika nchi ya milele (...)

Muwe wavumilivu katika Roho na mpendeni Baba kupita vyote na jirani zenu kama vile nyinyi wenyewe. Pendeni kila kiumbe kilichoumbwa na Baba (...)

Mimi, Kristo wa Mungu, ndio ufunguo unaofungua milango ya Mbingu. Utapata ufunguo huo ndani ya sifa za kimungu za nafsi: mpango au marekebisho, utashi, hekima, uongofu, uvumilivu, upendo na rehema.»

Ndani ya kitabu cha ufunuo mkubwa wa Kristo wa Mungu, ulio na kichwa cha mambo «Hili ni neno langu, Alpha na Omega», Kristo anatoa tena maelezo yafuatayo kupitia habari ya unabii:

«Kuishi ndani ya Mungu hakuhusu tu uhusiano wa mtu na mwenziwe ila pia uhusiano na viumbe vyote yaani wanyama, mimea,madini, mawe, kwani kila kitu kilicho, kina Uzima yaani Mungu ndani mwake.

Yule anayeishi katika umoja na Mungu, hauwi kwa hiari yake wanyama na kuharibu mimea. Anaheshimu vile vile uzima, nguvu za dhamiri, ulio ndani ya madini na mawe (...)

Mtu aneyetegemea mwili hujilisha pia kwa nyama. Yule anayetegemea roho hujilisha kwa vitu ambavyo ardhi inamtolea, kama ilivyokuwa hapo kale (...) Jinsi vizazi vinavyopita, watu hawatatoa tena dhabihu ya damu kwani watakuwa wameelewa ya kwamba sadaka za damu sio njia ya kumtukuza Mungu kwa kweli na kwamba miungu waliojifanyia wenyewe haikutoa jibu lolote kwa matendo yao.

Tambueni kwamba mtu wa amani halisi ni yule asiye mwivu, asiyegombana, asiyekandamiza wengine, asiyetawala wengine na asiyejiona mkubwa sana kuliko wengine, ni mpenda amani halisi (...) Ulimwengu wa leo umo katika mabadiliko makubwa ya nyakati, kutoka kwenye dunia ya kale ya dhambi na kuingia kwenye wakati mpya.»

Ndani ya ufunuo wake «Hili ni Neno langu», Kristo anasema tena:

«Wakati mabadiliko hayo yatakapotimilika, watu watashika sana sana Amri za Mungu na itakuwa kama nilivyotabiri kama vile Yesu: kutakuwepo tu mchungaji mmoja na kundi moja na mataifa yatakuwa taifa moja. Kwa hiyo, dhabihu zote za damu zitakomeshwa, hata vile vile lishe la nyama.

Yalio ya Ibilisi yanafika ukingoni. Siku zote baadhi ya watu wanahitaji kuishi katika Mungu na pamoja na Mungu. Ndio sababu ardhi nayo pia itajitakasa. Ardhi itawalisha watoto wote wa Mungu kama ilivyokuwa tangu kuumbwa kwa dunia. Ardhi-Mama itawatolea wakazi wake mara tena kwa wingi vitu wanavyohitajika kwa miili yao. Itakuwa mara tena vitu vilivyo safi kwa miili ambayo nayo zitakuwa safi kwa sehemu kubwa.

Jueni kwamba Amani na ukristo halisi vitajitokeza katika dunia hii tu kupitia watu waliotakasa nafsi zao kwa kuzipamba na sifa za maadili na za kiasi, hata pia fikra za amani na maneno na matendo yasiyolenga faida.»

Kristo anaendelea kusema:

«Mimi ni njia, ukweli na uzima. Yule anayejitoa kwangu, atakuwa huru toka minyororo ya dunia hii na kujitenga na ubatili wa dunia hii. Mtu anayeishi katika ukweli hujaza uzima kila neno na tendo lake kwa sababu mwenyewe anajazwa na Roho wa Mungu.

Kwa Yule anayetimiza Sheria ya uzima, yaani upendo, Mungu, hujionesha wazi ndani ya kila mtu hata pia ndani ya kila mnyama, kila mmea, madini, kila jiwe na ndani ya nguvu zote za ulimwengu. Hakuna kitu kilichofichwa kwa yeyote anayejiweka wazi mbele ya Mungu. Lakini kwa Yule anayejificha mbali na Mungu kwa ajili ya dhambi zake, mambo na nguvu za ulimwengu vimefichwa.»

Kupitia Mafundisho ya kinabii kwa wakati wetu huu, Kristo alitoa maelezo yafuatayo:

«Kauli ya yule anayefurahia kuhubiri na kufundisha neno la Mungu pasipo kulishika, haigusi moyo wa mwenziwe. Kwa yule anayeyatamka maneno hayo ni kama gongo linalomrudilia alitupapo. Yule anayehubiri na kufundisha neno la Mungu bila kulitimiza hawezi kulijaza nguvu na uwezo, kwa sababu yeye mwenyewe hana nguvu.

Yule asiyetoa kupitia utimilifu wa Sheria, kupitia Mungu, lakini anayeendelea tu kutangaza yale aliyojifunza na anayochukua kama ukweli, yeye si mwalimu wa ukweli, awe mwana teolojia, kasisi, mchungaji au mtu kawaida anayeamini biblia, hata awe mtu wa cheo cha juu sana (...)

Ndiyo maana, angalieni na macho ya haki, na mutawatambua kwa matendo yao walimu wa uongo na wa kweli.

Yule anayeishi ndani ya ukweli huona yale ambayo wengine hawaoni na husikia yale ambayo wengine hawasikii, basi anaacha kila mmoja aamini kile anachotaka (...)

Hadi wakati nafsi zote zitakapopata upya kwa hiari yao uhusiano wa utoto na Mungu, Ninabaki mwokozi wa nafsi zote na wa watu wote: Kristo ni ufunguo wa mlango pana wa uzima.»

Mnatoka kusikia maelezo mengi ya Kristo wa Mungu kuhusu maisha Yake mwenyewe duniani kupitia kinywa cha nabii.

Kuelewa moja kwa moja hivyo kupitia Yesu wa Mungu Aliyefufuka kama Yesu wa Nazareti na kuelewa mafundisho Yake aliyoitoa kwa wakati huu kwa wamoja, kama vile kwetu sisi, ni maarifa ya kipekee kabisa.

Yesu Kristo alisema tena: «Kondoo zangu wanajua sauti yangu.» Si lazima kuongeza maneno mengine.

Yesu wa Nazareti alikuwa nani?

Utoto na ujana wake

Kitabuni humu mumekusanywa vifungu tofauti vya ufunuo wa Kristo, ambamo mwenyewe anaeleza hadithi ya maisha yake duniani katika Yesu wa Nazareti, kwa upekee ujana na utoto wake.

S170SW • ISBN 978-3-96446-226-8 • Kurasa 46

Jifunze kuomba

Katika sala ya kweli, unapata maarifa ya Mungu

Sala halisi humfanya mtu awe mwenye raha

Ila, sala halisi huhitaji mafunzo, kwa kuwa sala halisi, tunayoifanya ndani mwetu wenyewe, ni mazungumzo na Mungu.

S174SW • ISBN 978-3-96446-225-1 • Kurasa 54

Amri Kumi za MUNGU

zilizotolewa kupitia Musa

na kufafanuliwa katika usemi wa siku hizi

Ni mashauri ya uzima yenye thamani kubwa inayomwezesha mtu kupata Amani ya roho, uhuru na kumsaidia kumkaribia hauta kwa hatua Mungu, Roho huru aliye ndani mwetu na ndani ya viumbe vyote.

S338SW • ISBN 978-3-96446-227-5 • Kurasa 46

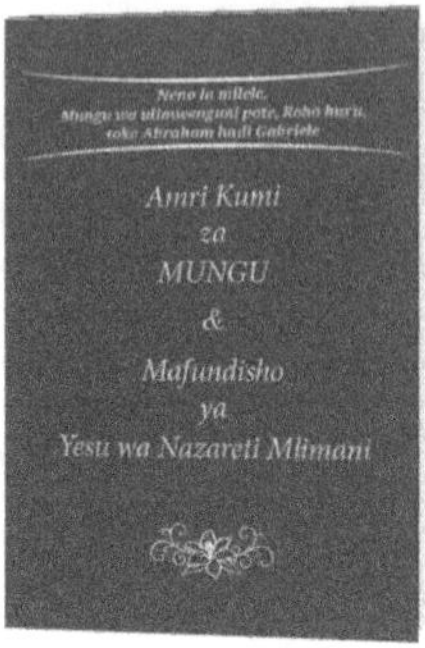

Amri Kumi za MUNGU & Mafundisho ya Yesu wa Nazareti Mlimani

Gundueni Amri Kumi za Mungu zilizofafanuliwa katika usemi wa siku hizi na pia maelezo kuhusu Mafundisho ya Yesu Mlimani iliyofunuliwa na Kristo mwenyewe kupitia Gabriele, nabii na mjumbe wa Ufalme wa milele. Ni maadili ya ulimwenguni pote isiyotegemea dini na inayomlenga kila mmoja aidhuru utamaduni wake. Jaribu mwenyewe, ikiwa inawezekana, kubadili maisha yako.

S182TBSW • ISBN 978-3-96446-289-3 • Kurasa 228

Roho huru

Mungu ndani mwetu

Kitabu hiki kinamwelekeza msomaji kwenye njia ya uhuru na kinamuwezesha kujitenga na imani potovu, mila ngumu na taasisi zinazotushikilia. Njia hiyo ni njia iongozayo kwa Mungu, kwa Mungu ndani mwetu.

S179SW • ISBN 978-3-96446-247-3 • Kurasa 76

MUNGU anaponya

Ni nani asiye na haja ya uponyaji? Nguvu kubwa mno isiyokadiriwa na kuwaziwa inatenda kazi ndani ya kila mmoja wetu. Ni nguvu ya upendo, nguvu ya Mungu.

Gabriele anatoa maelezo kitabuni humu kwamba afya na uponyaji vinategemea mpango wa msingi wa utu wetu wa ndani na kwamba hisia na fikra zetu vina ushawishi mkubwa juu ya hali yetu njema, ambayo tunaweza kuamsha ndani mwetu kwa kumgeukia Mungu, chemchem ya nguvu ndani mwetu.

Kwa kutumia maneno yenye kugusa moyo na inayojaa ujuzi, kitabu hiki kinatuelekeza jinsi ya kuamsha nguvu za kimungu ndani mwetu ili kutia nguvu nafsi na mwili wetu.

S309TBSW • ISBN 978-3-96446-377-7 • Kurasa 113

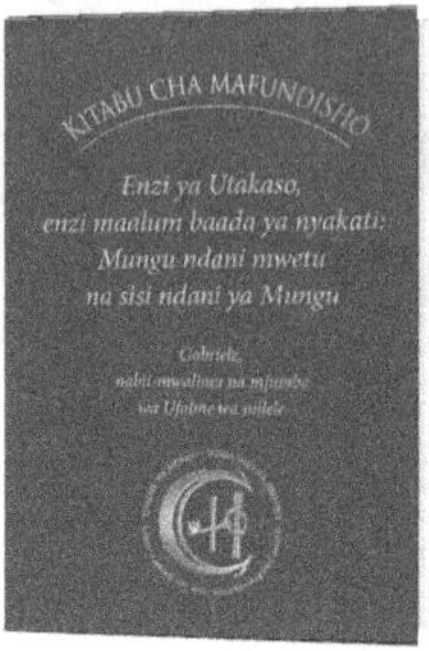

KITABU CHA MAFUNDISHO

Enzi ya Utakaso, enzi maalum baada ya nyakati:

Mungu ndani mwetu na sisi ndani ya Mungu

Katika nyakati hizi za misukosuko, mnapitika mambo mengi ambayo hatuna uwezo wa kuimudu. Lakini kila mmoja ana uwezo wa kuingoza «maisha yake ya kiroho», akitaka. Ndiyo maana Gabriele, nabii na mjumbe wa Mungu kwa wakati wetu huu, anotoa kitabuni humu maelekezo kwa ajili ya kuingia katika Enzi Mpya, kwa kumsaidia kila mmoja kuitolea maisha yake mwelekeo mpya.

Anatuonyesha njia inayotufikisha kwenye uhuru wa kiroho, kwenye Amani, pia kwenye mawasiliano halisi na majirani, wanyama na mazingira.

Kwa hiyo tunaishi tukiwa na dhamiri kwamba Mungu, Roho huru, yupo karibu sana na kila mmoja wetu: Mungu ndani mwetu na sisi ndani ya Mungu.

S187TBSW • ISBN 978-3-96446-403-3 • Kurasa 83

Vijitabu vitolewavyo bila malipo

- Mnaishi milele. Hakuna mauti
- Usikate tamaa! Stahimili!
- Mungu ndani mwetu
- Hili ni Neno Langu A na Ω
- Yesu na wanyama
- Kumpata Mungu!
  Wapi? Na Vipi?
- Maisha ya raha hadi uzeeni
- Uwezekano wa kuzaliwa upya katika mwili wa mwanadamu
  ni neema ya Uzima
- Mafundisho ya Yesu Mlimani
  Ufunguo wa maisha ya kiroho yenye raha
- Hauko peke yako
- Maneno ya faraja

Vitabu vingine vinapatikana katika lugha ya Kiswahili, kiingereza, kifaransa na nyingine nyingi tena

www.ingramcontent.com/pod-product-compliance
Lightning Source LLC
LaVergne TN
LVHW050822051026
849532LV00008B/3062
* 9 7 8 3 9 6 4 4 6 2 2 6 8 *